கயல்விழி பார்வையிலே

சந்தியா லோகநாதன்

யாப்பு பப்ளிகேஷன்

கயல்விழி பார்வையிலே

உலகின் உள்ள அனைத்து விதமான அற்புத காட்சியை நாம் நம் கண்களால் கண்டு மகிழ்கிறோம். எந்த ஒரு படைப்பிலும் நன்மை மற்றும் தீமை இருக்கும். நம் நல்லதை மட்டும் கண்டால் தீமை மறைந்து விடும். தீமை மட்டும் பார்த்தால் நன்மை மறைந்து விடும். பார்வையின் அடித்தளம் கண்கள், இரு கண்கள் கொண்டு மனதை மயக்கும், மழை சாரலையும், மணம் வீசும் மலர்களையும், காற்றோடு கரைந்து செல்லும் பறவைகளையும், வண்ண நிறைந்த ஓவியத்தையும், அழகாய் தோன்றும் மாலை பொழுதையும், இரவில் ஒளிரும் நிலவையும் கண்டு மகிழலாம். வாருங்கள் கண்களில் அழகையும், பார்வையின் தெளிவையும் **"கயல்விழி பார்வையிலே"** புத்தகத்தின் வழியே காணலாம்.

தொகுப்பாளர்

அவர் பெயர் சந்தியா லோகநாதன். திருவண்ணாமலை மாவட்டத்தைச் சேர்ந்த "தண்டராம்பட்டு" என்ற ஊரில் வசித்து வருகிறார். இவர் கவிதை எழுதுவதில் ஆர்வம் கொண்டவர். இவர் முதுகலை கணிதவியல் பட்டதாரி. தற்போது இவர் பல கவிதை நூல்களை தொகுத்து வருகிறார். இவர் முதன் முதலில் தொகுத்து வழங்கிய நூல் " அன்பின் தேடல் " ஆகும். "கயல்விழி பார்வையிலே" என்பது இவர் தொகுப்பாளராக பணியாற்றும் மூன்றாவது நூல் ஆகும். மேலும் பல கவிதை போட்டிகளில் கலந்து கொண்டு சான்றிதழ்கள் வாங்கி உள்ளார். பல கவிதை நூல்களில் துணை ஆசிரியராக இணைந்து கவிதை எழுதி உள்ளார்.

Insta id—santhiya_pavunu6699

உன் பின்பம்

பறக்கும் பறவை போல்

பல முறை இமைக்கும் என் விழிகள்

உன்னை கண்டபின் இமைக்காமல்

உறைந்து போகிறது!

ஏன்? என்ற கேள்விக்கு

பதில் தேடி தேடி

என் நாட்கள் கழிகிறது!

தொடரும் உன் நினைவில்

இருந்து நான் மறைய,

விழிகள் ஏனோ?

ஈரம் கொள்கிறது.

ஒளி சூழும் பகலோ?

இருள் சூழும் நிலவோ?

எத்தனை காட்சிகள் நான் கண்டாலும்,

உன் பிம்பம் கண்டால் மட்டுமே!

என் நாட்கள்!

பூர்த்தி அடைகிறது!

-- சந்தியா லோகநாதன்

துணை எழுத்தாளர்கள்

1.டாக்டர்.சி அழகிரி

2.அஜெஷ் ராம் ஜெ.ஜெ

3.ஆறுமுகம் ஜெயகாந்த்

4.வி.த.ஆனந்த் குமார்

5.இளையோன் முத்து

6.கரிசல் கழுகனார்

7.நெடு.சி.கார்த்திகேயன்

8.ச.காயத்ரி

9.அ.கீர்த்தனா அறிவழகன்

10.டாக்டர் சி குள்ளம்மாள்

11.கோபாலகிருஷ்ணன்.ரா

12.அ.நூர் ஆகாஸ்பீ

13.ச.சத்யா சரவணன்

14.ச.சத்யாதேவி

15.சகுமியா.ச

16.ப.சந்தியா

17.சத்யா_PSK

18.மு.சங்கர் கணேஷ்

19.த.சுகன்

20.நெ.சுபராகவி

21.க.சுந்தரராஜன்

22.ப.சுமதி

23.கவிஞர் த.சுமதி தசரதன்

24.தமிழ் குமரன்

25.தமிழ்ச்செல்வி

26.தமிழ்கவி

27.தமிழ்புவனா

28.தமிழினியா.ரா.திவ்யதர்ஷினி

29.கவிச்சுடர் கு.திலகவதி

30.ச.வே.தினேஷ் குமார்

31.த.தேன்மொழி

32.தோழமையுடன் அசுரன்

33.ந.நந்தகுமார்

34.கோ.நாகேஷ்வரராவ்

35.கோ.பாலா

36.கவிஞர் பா.பால சரவணன்

37.ச.பிரகாஷ்

38.பிரதீப் தமிழரசன்

39.டாக்டர் டி மகாலட்சுமி

40.ம.மஞ்சுளா

41.ரா.மகாகிருஷ்ணன்

42.சு.மாசிலாமணி

43.மொய்குழலி

44.மூ.மோனிஷா

45.முனைவர் சா யமுனாதேவி

46.யாமினி

47.ப.ரமேஷ்

48.ச.ரம்யா பாரதி

49.கவிஞர் சு.ரமணி

50.ரா.ராஜாராமன்

51.வாசுகி ராமமூர்த்தி

52.ஜஷவா ஜெயசந்திரன்

53.கு.ஸ்ரீமதி

54. Aravinthan.S

55.Blessy.K

56.Sri Balaji.S

57.Charles

58.Eswari.P

59.K.R.Ganesan

60.Idhaya Kirukalgal

61.Kayalvizhi.A

62.S.Kalpana chawla

63.R.Kalaivani

64.S.R.Kavi kitty

65.Kaviya sir moorthy

66.MN

67.Mohankumar Boopathi

68.Mohalakshmi Rakkiappan

69.Nelson

70.Praveen

71.Priyamanavan mani

72.Rohini pavithran

73.A.Sivasankar

74.Sriram vengadesh.K

75.Vinothan Strange

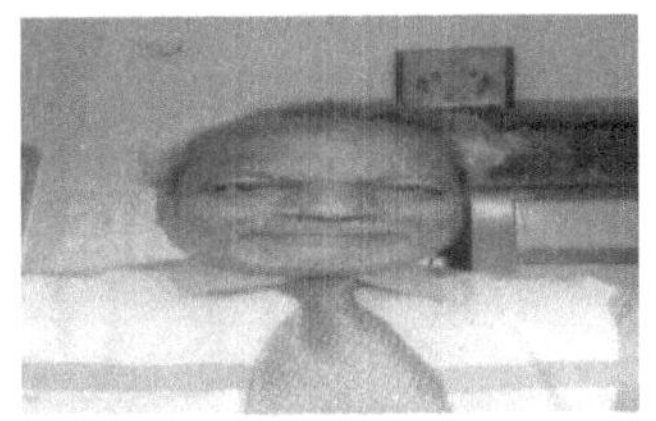

விழி பேசுது

இமைக்கதவு திறந்தால் காட்சிதெரியும்

ஈரம் இருப்பதால் இரக்கத்தின் இருப்பிடம்

இதயத்தின் சன்னல் இதமான மின்னல்

பஞ்ச ரதத்தில் பாசத்தின் பக்குவம்

போர் புரியும் வாள் இதழில்லா இன்ப கேணி

இதயத்தின் சொர்க்கபுரி உதயத்தின் உரிமை கண்ணிமைத்தால்

கடலும் கொள்ளும் கனவுலகின் காடு கண்விழித்தால் மறையும்

நினைவுகளின் நிதர்சன நிலவு

அண்டமே அடங்கும் அற்புத படைப்பு

விழித்திரையில் தலைகீழ் பிம்பம்

மூவாயிரம் வண்ணங்களை அறியும் அதிசயம்

மகளிரின் அலாவுதீன் அற்புதவிளக்கு

நோயிரண்டு வந்தால் வெள்ளெழுத்து

ஆடியின் வழியே அழகு நடம்.

முனைவர் சி அழகிரி

பரிவு காட்டும் அவள் பார்வை

உன் பார்வை பட்டதாலோ பகலவன்

மறைந்துகொண்டான் வெட்கத்தில்

உன் பார்வை மதி மீது விழுந்ததை

தெரிந்துகொண்டேன் மின்னுவதில்

காவியம் உன் கண்ணைப் போற்ற

பூவுலகம் உன் பார்வையை போற்றியது

பருவம் அடைந்தாள் -அவள்

பார்வையால் ஆண்களெல்லாம்

படையெடுத்தனர் அன்பு காட்ட

பாலைவனத்தில் உன் பார்வை பட

சோலை வனமாகுமே

பால் வடியும் என் முகத்தை மட்டும் ஏன்

மெல்ல பார்த்து பரிவு காட்டுகிறாய்

- அஜேஷ் ராம் ஜெ.ஜெ

ஒவ்வொரு பார்வையும் ஒவ்வொரு விதம்

பணிக்கு செல்லும் பாதை

முள்ளோ மலரோ

பார்வையாளருக்கு

பஞ்சம் இல்லை

புன்னகையோடு பார்க்கும் தோழன்

பொறாமையோடு பார்க்கும் பக்கத்து வீட்டார்

வெட்கத்தோடு பார்க்கும் தோழி - தூரமாய் நின்று

கோபத்தோடு பார்க்கும் விரோதிகள்

தோழியின் கண்ணின்

ஓரம் கருவிழி

கருவிழியில் மாட்டிக்கொண்ட

கறுப்பு நிலா நான்

தோழியின் இமை காண

நீங்கியது என் சுமை

அவள் பார்வை பட

எனக்கு பொன்னாள்

-அஜேஷ் ராம் ஜெ.ஜெ

பார்வையின் வர்ணனை

அழகோ அழகு அப்படி ஒரு அழகு

ஆடை அணிந்த மலைகள் - அதில்

ஆவி பறக்கும் பனிப்புகை

பச்சை மரங்கள் அதில் இச்சை

கொள்ளும் இரண்டு கிளிகள்

குளத்தையும் குன்றையும் தொட்டிடும் ரம்மிய

வானவில் அதன் அழகின் ரகசியம்

தேடிடும் ஒரு காகம் துள்ளியோடும் மீன்கள் தூரத்தில் பறக்கும்

வண்ணத் தும்பிகள் புல் மேயும் வெள்ளைக் கன்று

கல் மேலே நின்றிடும் சிறுநண்டு

ஆஹா.. ஆஹா.. எத்தனை அழகு

தனிமையில் நான் காணும் இக்காட்சி

இறைவா நன்றி உனக்கு இவ்விழிகளை தந்தமைக்கு எனக்கு..!

ஆறுமுகம் ஜெயகாந்த்

காதலின் கடவுள் கண்கள்

காதல் கண்களால் வரும் என்றால்

உன் கண்களால்தான் அதிக காதல்

வந்தது என்று நான் சொல்கிறேன்

இந்த உலகில் அதற்கு இன்னொரு

காரணம் எனது கண்கள் தான்

கண்ணுக்குள் நிலவை வைக்க முடியுமா

என்று எனக்கு தெரியாது ஆனால்

என் கனவுக்குள் உன் கண்கள் மட்டும் தான்.

காதலில் கண்கள் நான்கும் மோதிக்கொள்ளும்

என தெரியும் ஆனால் உன் கண்களால்

கவிதைகளும் கவிஞர்களும் மோதிக் கொள்வதை

கண்டேன் உன் மேல் காதல் கொண்டு அல்ல

உன் கண்கள் மீது காதல் கொண்டு

வி.த.ஆனந்த் குமார்

இருவிழிக் கவிதை

இருவரிக்கவிதையடி உன் இருவிழிகள்

இரக்கம் இல்லாமல் கொல்கிறாய் நித்தம்

விழிகளால் உன் நெற்றி நடு இடமும் நெடுநாள்

ஆசையடி குங்குமம் நான் இட என் தோள்களும் தவம்

இருக்கிறது உன் மார்போடு என்னை அணைக்க

சில நாளிகை பயணம் உன்னுடன் என்றாலும் ஏங்குகிறது

எந்தன் மனம் மழலையாக உன் மடி சாய வேண்டும்

உன் கைவிரலால் என் கன்னங்களில் நீ

கோலம் இட வேண்டும் உன் மார்பு முந்தானையும் எனக்கு

சாமரம் வீச வேண்டும் இடைவெளிக்கு மறுப்பு சொல்லி நம்

கைகள் கை கோர்க்க வேண்டும் காதல் ரசம் சொட்ட பல

கதைகள் பேச வேண்டும் இல்லை என்று சொல்லி விடாதே

இறப்பதற்குள் வாய்ப்பை தந்து விடு.

இளையோன் முத்து

கரிசல் நிலத்து கற்பூர கண்ணழகி....

மையால் உன் கண்ணிற்கு அழகென்பார்

உன் கண்ணின் ரசனை தெரியாதவர்கள்

உன் வில்புறுவத்தால் தான் மையிற்கே அழகு

நீரில் நீந்தும் மீனின் உருவத்தையும்

எதிரியை மாண்ட செய்யும் வில்லையுமா

உன் கண்ணின் அழகிற்கு ஒப்பிடுவது அண்டம் வியக்கும்

வானவில் கூட உன் கண்களின் அழகிற்கு தோற்றுப்போகும்

உதட்டால் பேசும் அனைத்து மொழிகளும்

இங்குள்ள அனைவராலும் புரிந்து கொள்ள முடியும்

உன் கண்களால் நீ பேசும் மொழிகளை

உன் கள்வனால் மட்டுமே உணர முடியும்

ஆயிரம் பேர் மத்தியில் கூட உன் கண்ணனிடம் உன் கண்கள்

லட்சம் ரகசியங்கள் பேசும் வல்லமையுடயவை

உன் கண்களின் காதலன்

கரிசல் கழுகனார்

காரிகையின் தூரிகைகள்.....

முத்தமிழ் சொத்தெழுதிய உன் கண்கள்

செந்தமிழ் பாடிய தீந்தமிழ்

பார்க்கும்போதெல்லாம் கண்களை வீசினாய்

தூரிகையாய் மன வண்ணமடிக்கிறாய்

நயனங்களை பார்க்காமல் பேசமுடியாது

பார்க்கும்போதெல்லாம் உன்னுடன் பயணிக்க

விலாசம் தருகிறாய்! கில்பர்ட் கண்டறிந்த காந்த விசைக்கு

உன் இமைகள் விளக்கம் சொல்கிறது

இரவின் போர்வை நிலவை போர்க்க

ஏகாந்த வின்மீன்களாய் உன் விழிகள் தளர்க்க

காரிகா நீ திசைநோக்கி இமைவீச

ஈட்டியால் காயப்பட்டவன் பசையாகிப் போகிறேன்

நீர்க்குளத்தில் ஒற்றை தாமரையாய்

வெண்குளத்தில் ரெட்டைக் கருநிலவு.

நெடுசி.கார்த்திகேயன்

என் மீதான பார்வை

சிலர் பார்வையில்

நான் சிலிர்க்கின்ற

சில்லி வண்டு ஆனேன்

அழகான பார்வையில்

நான் அன்பானவள்

கனவுகளின் பார்வையில் ;

நான் லட்சிய வாதி

விமர்சன பார்வையில்

நான் அடங்கமறுக்கும்

அடையாள மாற்றம்;

என் குழந்தையின் பார்வையில்

நான் சிறகில்லா தேவதை

என் கணவனின் பார்வையில்

நான் இன்னொரு தாய்.

ச.காயத்ரி

திரையினுள் மறைந்தவள்

உன் முகம் காண ஆவல்

ஆனால் நீயோ

கருநிற திரையில் மறைத்தாய்...

திரையில் இருந்து வெளியான

ஒளி போல் இமை திறந்தாய்...

திரை முன் மின்னியது

இரு விழிகள்...

விழி பேசும் கருவிழியில்

இருப்பது கண் மையா ?

இல்லை காந்த மையா ?

- அ.கீர்த்தனா அறிவழகன்

விழிகளின் வரிகள்..

கருவறையிலிருந்து கல்லறைவரை காணும்

ஐம்புலனில் அற்புத புலன்

அனைத்து தவறுகளும்

இப்புலனால் மட்டுமே பிறவியின் பலன் இதனால் மட்டுமே

உடலில் எப்பகுதி துன்பத்துக்கும் அழும்

இன்பக் கண்ணீர் இனிக்கும்

துன்பக் கண்ணீர் கரிக்கும்

இன்பம் துன்பம் இரண்டையும் சமமாய்

காணும் ஞானி இரண்டும் பிரிக்க முடியாத சோடி

தலைக்கீழாய் வீழ்ந்தாலும் நேராய்

தெரியும், ஐந்து வண்ணங்களே

இதன் அடிப்படை குணம் ஐயெட்டில் வெள்ளெழுத்து வாட்டும்

எண்ணெட்டில் திரிந்து தெரியும்.

டாக்டர் சி குள்ளம்மாள்

கண்கள்

மேடு,பள்ளம் தாண்டி மேனிசிலிர்க்க

மூலிகை மணம் கலந்து முத்தாய்ப்பாய்

நீரை அள்ளிக் கொட்டி நெகிழச்

செய்பவளும் நீயோ? செங்கதிரவனின் வீச்சு புவிக்கோளத்தில்

வந்து, போக இரவு, பகல் என செழுமையைக்

காணச் செய்தவளும் நீயோ?

ஆயுள் வரை ஆன்மாவை உயிர்த்தெழச்

செய்து உடலுக்கு ஊக்கம் அளிப்பவளும் நீயோ?

நவரசத்தையும் தன்வசம் கொண்டவளாய் நயம்

பெறச் செய்பவளும் நீயோ? எண்ணற்ற உயிர்களின் எளிமை

எழிலோங்கி நிற்கச் செய்பவளும் நீயோ?

பார்க்கடலெங்கும் உலாவந்து பண்பு பாராட்டச் செய்பவளும்

நீயோ? உன்னுள் என்னையும் , என்னுள் உன்னையும்,

கொண்டவளும் நீயோ?

ரா. கோபாலகிருஷ்ணன்

கனவு கண்மணியே

கயல்விழிப் பார்வையாலே என்னை

ஒரு வழி செய்கிறாய் நீ! கண்களாலேயே கவிதை கற்பிக்கும்

கலையை எங்கு சென்று கற்றாயோ கவியே?

பார்வையாலேயே பல கதை சொல்ல

பாவை உன்னால் மட்டும்தான் முடியுமோ?

மயக்கம் என்னவோ? மோகினியே!

என்னை மயக்கும் எண்ணமோ மாதினியே?

உன் கண்கள் களிப்பின் கடலாகுதே மானே!

அலைந்து தொலையும் அலையாகிறேன் நானே!

உன் பார்வை பசிக்கு என் இதயம் இரையோ?

இரக்கமில்லாமல் அரக்கவிழியால் எனைக்

கொல்வதும் முறையோ? என்று காண்பேனோ? உன்னை

நேரில் என்றே கனவிலேயே கவி வரைகிறேன்

உன் கண்ணின் மையாலே..

அ.நூர் ஆகாஸ்பீ

கண்கள்

இமைகளை மூடிடும் நொடிக்கு நொடி

அதில் சுமந்து வரும் கனவுகள் பல கோடி

கருவிழியில் கலந்திட்ட உயிர் நாடி

கதிர்வீச்சாய் சுழற்றிடும் யம்மாடி

கோபம் கொண்டால் பொங்கிடும் கடலாய்

இன்பத்தை கண்டால் பூத்திடும் மலராய்

பரிபாவனையில் எண்ணற்ற மொழியாய்

உலகத்தை அறிய கடவுள் கொடுத்த ஒளியாய்

நடனங்கள் ஆடிட நளினங்கள் கரையுமே

ரசித்திடும் தன்மையில் விண்ணுலகமும் வியக்குமே

நன்மை தீமையென புரிதலுக்கு நீ தாராளமே

இன்னும் எடுத்துச் சொல்ல வார்த்தைகள் ஏராளமே........

ச. சத்யா சரவணன்

கண்ணின் மொழி!

காதலர்களுக்கே உரித்தான

ஒரே மொழி கண்ணின் மொழி!

கண்ணின் மொழியில்

பேசாத காதலர்களும் இல்லை...

கண்ணின் மொழியில்

பேசாதோர் காதலர்களே இல்லை...

புரிய வேண்டியவர்கள்

புரிந்து கொள்ளும் மொழி...

இன்ப துன்பங்களை

உடனுக்குடன் வெளிக்காட்டும் மொழி...

ஒளியை மட்டுமல்லாமல்.,

ஒவ்வொருவரின் மனதையும்

எளிதாக ஊடுருவும் மொழி...

கண்ணின் மொழி!

- ச.சத்யாதேவி.

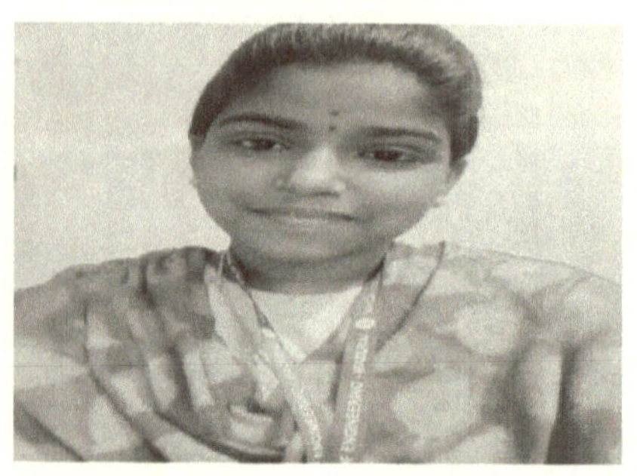

ஆணின் பார்வை

_......ஒரு புதிய கண்ணோட்டத்தில்.!!_

மூடித் திறக்குமுன் விழிகள்..

நூதனமாக பேசியதால்....என்

மொழிகள், மௌனமாகின...

எதிரில் நிற்கும் என்னைக் கண்டு,

அடிக்கடி ஆடை சரி செய்பவளிடம்..!!

எப்படி சொல்லுவேன்..?

நீயும் என் தங்கை என்று..!!!

~சகுமியா♡

விழியின் தேடல்....

மனமெங்கும் அன்பின் தேடல்...

விழி முழுவதும் கண் நீரின் ஈரம்...

கண்களால் கண்ட அழகின்

அதிசயங்களை மீண்டும் காண ...

விழிகளும் , இமைகளும் ஆர்ப்பரித்து

அலைகின்ற இரு ஊமை புகைப்பட

கருவிகளின் தேடல்.....

தேடல்.... கொள்ளைக் கொண்ட விழியின்

மறுபார்வையை காணத் துடிக்கும்

கண்களின் ஏக்கங்கள்....

தேடல் நிறைந்த இரு பேசுகின்ற

பேசா விழிகளின் தேடல்....

ப.சந்தியா

விழியின் மையலினால்....

கார்மேகம் போன்ற மையிட்ட கண்களையும் ...

வானவில்லை போன்ற புருவ அழகையும் ....

சுருண்ட இமை முடிகளை நேர் நிறுத்தி...

பார்க்கும் பார்வையினிலேயே....

கொள்ளைக் கொண்ட விழியினை...

மீண்டும் காண ... மையம் கொண்டு...

கண் விழிகளை அசைக்காமல் ....

வழிப்பார்த்து விழித்திருக்கும் கண்களின் தேடல்...

ப.சந்தியா, கள்ளக்குறிச்சி.

கண்களின் காதல்

காதல் மனிதர்களை மட்டும் அல்லாது

பிற பொருட்கள், உயிரினங்கள்

அனைத்திலும் காதல்...

ஆம்.. கண்களின் மீது காதல்...

இருள் நீக்கி வெளிச்சம் அளிக்கும்

விழியின் மீது காதல்...

பல அதிசயங்களை வெளிக்காட்டும்

விழியின் மீது காதல்...

அளவில்லா அழகினை கண்டு ரசிக்கும்

விழியின் மீது காதல்...

வண்ண நிறங்களையும் ,

எழுத்து வடிவங்களையும் வெளிப்படுத்தி ,

வழிக்காட்டி அறியாமை எனும் இருளை

நீக்குகின்ற விழியின் மீது காதல்...

ஆம்... பல இருள் நிகழ்விற்கு

ஒளிக் கொடுக்கும் உந்தன் மீது காதல்....

கண்களின் காதலினால் ....

கண்களின் காதலை... கண்களால் காதல் செய்தல்...

ப.சந்தியா, கள்ளக்குறிச்சி.

பார்வையின் கீதங்கள்

கண்கள் நீ இறைவன் அருளிய

படைப்புகளில் ஒன்றெனினும்...

நீ இல்லை எனின் மனித குலத்தின்

வாழ்க்கையும், தேடல்களும்

இருள் மயமாகக் காணக் கூடும்...

ஏனெனில் பூமிக்கு சூரியனும்,

சந்திரனும் வெளிச்சம் அளிப்பது போன்று...

மனித குலத்திற்கு மட்டும் அல்லாமல்

தேடல்கள் நிறைந்த நீ வெளிச்சம்

தரும் அகல் விளக்கு...

ஆம் ,.. நீ இருள் நீக்கி

ஒளிக் கொடுக்கும் அகல் விளக்கு....

ப.சந்தியா, கள்ளக்குறிச்சி.

அவள் கண்களால்

உன் மதிமுகத்தில் இரு விண்மீன்கள்

காந்தமாய் கவர்ந்து இழுக்க

நொறுங்கிய என் இதயமும் உன்னை

நெருங்கியே வருகிறதே.,

உன் கண்கள் இரண்டும் மீன்களோ

என் நெஞ்சம் ஒரு தூண்டிலோ

உன்னோடு என்னை இழுத்துச் செல்லுதே.,

விழியோரம் மை இட்டு

இரு கண்களால் என்னை விலங்கிட்டு

உன்னோடு என்னை சிறை இட்டாயே..,

உன் குண்டு விழி பார்வைக் கொண்டு

என்னுள்ளே வந்து குடி கொண்டு

எந்தன் இதயத்தை பந்தாடிச் சென்றாயே..!

சத்யா_PSK

இரு விழியின் பயணம்...

உன் இரு விழியின் பார்வையிலே

என் தொலைதூர பயணித்த

பாத வழித்தடத்தை பார்வையின்றி மறந்தேனே

உன் நிழற்குடை பார்வையிலே

நிலைக்குலைந்து போனேனே

உன் நிழல் படும் தூரம்

நிமிடமுள் மறந்தேனே

உன் கருநீளப் பார்வையிலே

என் கல்லூரியை மறந்தேனே

உன் கால் கொலுசின் சிணுங்கலில்

கவிதையை மறந்தேனே

என் பயணமொன்றோ

என்றும் படிக்கட்டில்

என் மரணமொன்றோ

32

என்றும் உன் விழித்தட்டில்

கயல் விழியே.....

என்றும்

(கற்பனை கவிஞன் ✍..)

மு.சங்கர் கணேஷ்

விழியின் புத்தகம்...

உன் இரு விழியின்

பார்வையிலே

பதிவிட்ட புத்தகத்தை

பயில முடியா

பயிலனாகின்றேன்

என்றும்....

கயல் விழியே...

என்றும்

(கற்பனை கவிஞன் ✍..)

மு. சங்கர் கணேஷ்

இரு விழியின் இசை...

உன் இரு விழிப்

பார்வையிலே

இரண்டடித் திருக்குறளும்

இசைப் பாடும்

இரவினிலே...

என்றும்

(கற்பனை கவிஞன் ✍..)

மு. சங்கர் கணேஷ்

கருவிழியின் கருவறை...

உன் கருவிழிப்

பார்வையிலே

என் இருவிழி

பிதுங்கிய

தாயின் கருவறையை

கண்டேனடி

கயல்விழியே...

என்றும்

(கற்பனை கவிஞன் ✍..)

மு. சங்கர் கணேஷ்

காணல் மொழி

காந்தம் பொருந்திய கண்களை கண்டேன்.

கவி பாடும் என்னை

உன் விழி தேட வைத்தாய்.

மொழியற்ற விழி கண்டேன்,

நான் நிலையயற்று நின்றேன். உன் திசை கண்டு,

உன் பின் தொடர் கொண்டேன்.

என் கண் கொண்டு கதை கூற,

உன் விழி கண்டு மகிழ் கொண்டேன்.

இதழ் கூற சொல்லை அவள்

விழி கூறி சென்றது,

இவளை மணம் கொள்ள

இவள் விழி சென்று மனம்

கொள்ள வேண்டும் என.

த.சுகன்

என்னவளின் பார்வை...

அடி பெண்ணே, கருவிழி கண்ணே...

என்ன மாயம் செய்தாயோ! நீ பார்த்த அந்த ஒரு

பார்வையிலேயே விழுந்து விட்டேன் நான். இன்னும் எழாமல்

தவிக்கிறேன் உன் பார்வையின் மயக்கத்தில் இருந்து.

என்ன மாயம் செய்தாயோ? மாயக்காரி.....

என் பாழும் மனம் உன் பார்வையை தேடுகிறது..

அதையே விரும்புகிறது. எதற்காக என்னைப் பார்த்தாய்?

உன் பார்வையில் மாட்டிக்கொண்டு தவிக்கிறேன்

தூண்டிலில் மாட்டிய மீனைப் போல.

இரக்கம் இல்லாத கள்ளி...

உன் பார்வையால் என் இதயத்தை

திருடிவிட்டாய், திருடிய இதயத்தை

திருப்பிக்கொடுக்காமல் சிரிக்கின்றாய்.

நித்தமும் உன் பார்வையால் என்னைக் கொள்கின்றாய்..

N. Subharagavi

காதல் பேசும் கண்கள்....

உன் கருமையான விழிகளிலே

சிறைப்பட்டு விட்டேன்,

எப்போது என்னை விடுவிப்பாய்!

உன் கண்கள் என்னும் சிறையில் இருந்து.

உன் உதடுகள் பேசுவதை விட

உன் கண்கள் தான் அதிகம் பேசுகின்றன...

உன் மௌனத்தை கலைக்க விரும்பாமல்.

கண்ணாடியை விடவும் என்னை அழகாக

காட்டுவது உன் அழகிய காதல்

கலந்த கண்கள் மட்டுமே.

அடி மாயக் கண்ணழகி...!

நியூட்டனின் ஈர்ப்பு விசை எங்கே?

என்னைக் கட்டி இழுக்கும் காதல் கொண்ட

உன் காந்த கண்களின் ஈர்ப்பு எங்கே!

அவன் படைப்பும் தோற்றுப்போகும்,

இயற்கை படைத்த என்னவளின் காந்த

கண்களுக்கு முன்னால் மண்டியிட்டு...

N. Subharagavi

கண்களின் ரசிகன்....

கவிதை சொல்லும் கண்களே இன்று

என் கவிதையின் கருப்பொருளாக உள்ளது.

கண்கள் உணர்வுகளின் சங்கமம்.

காதலின் பிறப்பிடம். அன்பின் உறைவிடம்.

உண்மை சொல்லும் நீதிபதி. உதடுகள் பேசும் பாஷைகளை

விட கண்கள் பேசும் காதல் பாஷை அழகானது...

மிகவும் ஆழமானது. கண்கள் உண்மையை நேசிக்கும்,

கவிதையை ரசிக்கும். இமை என்னும் திரையில்

கண்கள் என்னும் சிறையில் எத்தனை பேர்

சிறைகைதியாக இருக்கிறார்களோ,

காதல் செய்த குற்றத்திற்காக.

இப்படிப்பட்ட கண்களை ரசிக்கும் ரசிகனாய்

இருப்பதை விட அந்த கண்கள் பார்க்கும்

இடமாக இருக்க விரும்புகிறேன்....

எப்போதும் அதன் பார்வை என்மீது விழ....

இன்னும் அதிகமாக ரசிக்க வேண்டும்,

என் நினைவிலும் கனவிலும் துரத்தும்

அந்த வஜ்ஜக கண்களை......

N. Subharagavi

சுட்டும் *விழிப்பார்வை*

தன் சேய் நலங்காக்க தானுருகும்

அன்னை விழிக்கு ஈடுண்டோ!

புறவிழி ஒழிந்த மாற்றுத் திறனாளர்

அகவிழி அறியுமே அனைத்துலகும்!

சைவப்பட்சி விழியிரண்டும் வட்டமென்பர்

நீள்வட்ட விழிகொண்ட மாந்தரோ!

மீளவில்லை ஐந்தறிவு அறிவினிலே!

அதிகாரம் கொண்டாலும் குறள் பார்வை

அனைத்துலக வாழும் முறை நோக்கியே!

முத்தறிஞர் ஆண்ட நூற்ப்பார்வை எல்லாம்

முத்தமிழின் சுவையனைத்தும் உலகறியவே!

கூரென்யர் மறைக்காணி மறைப்பார்வை

விஞ்சும் எம்மூதாட்டி நுனிப்பார்வை!

விழியால் ஒளி பெறுவோம்!

--- க.சுந்தரராஜன்

"புரியாத விழிகள் அறியாத பார்வை"

ஓராயிரம் பார்வையினுள் உன் பார்வையை

ஓரக்கண்ணால் நான் அறிய.....!? உற்று உற்று நீ நோக்கியதை

நான் நோக்காமல் விட்டேனே.....!!!

என் கயல்விழி பார்வையிலே காதலை நீ கண்டபோது......!?

கண்டவர்களிடம் கூறியதை

கொண்டவளிடம் கூறலையே.....!?

கரு மேகங்களுக்குள் ஒளிரும் மின்னலைப்

போல உன் விழி பார்வை....!?

எத்தனை முறை பார்த்தாலும் புரியாத புதிராய்......!??

ஒவ்வொரு பார்வையும் அம்பாய் என்

நெஞ்சை துளைக்க என் விழியை

விழுங்கிய படியே உன் பார்வை....!? என் விழியால் உன்

கண்கள் கவி பாடியதை என் விழிக்கு விவரிக்காமல்

விட்டாயே....!? உன் ஒருதலை காதலை என் விழி

காணலையே... என் ஒரக்கண் பார்வை உன்னோடு

இருக்கையிலும்...!? என் விழி மட்டும் உன் விழி தேட

நான் காணா காதலை எப்போது

கண்டாயோ என் கண்ணில்......!!

அதை நான் காணலயே...!? ஆணின் பார்வை குறுகியதாம்..

பெண்ணின் பார்வை அகன்றதாம்...

அதனால் என்னவோ உன் குறுகிய

பார்வையின் குறிப்பை நான் அறியலையோ....!!?

என் ஒரு நொடிப் பார்வை பல வருட தவம் என்று....

ஒவ்வொரு நொடியும் எனக்காய்

காத்திருந்தஉன் கண்கள் நீ ஊரிடம் உரைத்ததை என்னிடம்

உரைக்கலையே....!!? மிரட்டும் உன் கண்கள்.....!! மிரட்சியில்

நான்..! எப்போதும் பிரம்மிப்பில்...!!

விழிகள் விழி தேடியபடியே....!!?பின்னாளில் பிறர் உரைக்க

உன் பாட்டை நான் அறிந்தேன்....!!?? காலம்தான் ஓடியதே

கண்களில் கண்ணீரில்...! கண்ணுக்கு எட்டாத காட்சியாய் நீ

கண்ணுக்குள்ளே உன் நினைவுகளின் கண்ணீரில் நான்....!!

மறுபடியும் மறுபிறவியில் மாற்றுப்பாதையில்....

விழியோடு விழி தேட கவியோடு கவிபாட...!

காதலிப்போம் வா...! என் கண்ணாளனே...!

ப.சுமதி

பெண்ணின் விழிகள்

பெண்கள் வீட்டின் கண்கள்

பெண்ணின் கண்களோ உலகையே

ஆட்டிப் படைக்கும் வல்லமை பெற்றதாம்

பெண்ணவள் வாய்மொழியை விட அவள்தன் விழிகளால் கோலமிடும்

மௌனமொழியின் அர்த்தமோ அதிகம் பெண்களின் கருவிழி

கண்ணிமைகள்ஆயிரமாயிரம் கவிதைகள் பேசும்

ஓராயிரம் கதைகளை நமக்கு கூறும் விழி அசைவுகளில் அவள்செய்யும்

நடனம் - அதிசயங்களில் ஒன்றோ அதற்கென தனி ரசனையும் உண்டு

பெண்ணவளின் ஓரவிழிப் பார்வையில்

ஆடவர்களே அர்த்தனமாகிவிடுவேரே!

மீளமுடியா சிறை அவளின் ஒற்றைப் பார்வை

நவரசங்களையும் அழகாக எடுத்துரைக்கும்

பெண்ணவளின் விழி அசைவுகள் அழகு நிறைந்த ஒன்று மட்டுமல்ல

பெண்களின் கண்கள் ஆபத்தானதும் கூட

ஆண்கள் விரும்பி ஏற்றுக் கொள்ளும் ஆபத்து - பெண்களின் கண்கள்.

கவிஞர் த. சுமதி தசரதன்

விழி வழி வலி

தகவல் தொடர்பிற்கு

எண்ணிலடங்கா பல வழிகள் இருந்தும்,

உந்தன் கண்ணின் மொழிகள் பாய்ச்சும்

தகவலின் தாக்கம்

சொல்லிலடங்கா என் கண்ணே!,

கணினி ஈர்ப்பில் உலகமே

மையம் கொண்டிருக்கையில்

உன் உருண்டைவிழிகள் சுழலும் சூழலில்

கரைந்து காணாமல் போகிறேன்

எந்தன் கண்மணியே ...!

- தமிழ் குமரன்

கண் தானம்

மெட்டு: முத்துக்களே கண்கள்

முத்துக்களே கண்கள்

முன் நிற்பதே தானம்!

தந்திடும் வேளையில்

கொண்டிடும் மேன்மைகள்

தந்திடுவோம் கண்ணை!

கொடுத்த சேவை என்ன?

நம் கண்கள் ....

மீண்டும் உயிர்ப்பதென்ன?

இருளில் வாடிடும் பாவ விழிகள்

ஒளியில் மிளிர்வதென்ன?

(1)

மண்ணில் மறைந்தும்

நெருப்பில் வெந்தும்

மறைந்து போவதன்றோ?

அளிக்கும் கண்கள்

வேறு விழியில் கலந்து

பார்வை பெறுவதன்றோ?

கொடுக்கும் தானம் தன்னை

உலகம் போற்றிப் புகழுமன்றோ?

இறந்தும் வாழ்பவரே

மண்ணில் உயர்ந்த மனிதரன்றோ?

(முத்து)

(2)

முத்தைச் சுமக்கும் சிப்பி தானும்

வலியில் துடித்திடுமே!

விழிகள் வழங்கும் தேகம் மட்டும்

வலியை உணராதே!

அளிக்கும் கருணை என்ன?

நம் நேயம்

ஆற்றும் பெருமை என்ன?

சேவை தன்னில்

இது தானே...

உயர்ந்த சேவையன்றோ!

(முத்து)

முனைவர்.P. தமிழ்ச்செல்வி

கருவிழி கைதியின் கவிதை

_தமிழ்கவி

மயில்தோகை புருவமதில்

மயங்கினேனோ மாயவலையதில்

மங்கையவள் பார்வையிலே

பிடிபட்டு மனதளவில் அவளின்

கண்கள் கைதாக்கியும் நீதிமன்றம்

செல்லாமல் சிந்தும் சிறுபார்வைக்காக

சிறையிலடைந்தேனோ!

கருவிழியால் என்னை காதல்கொண்டு

கைதாக்கிய கள்ளியவளின்

கார்மேகப்பார்வையில் கண்ட

ஏகாந்தத்தில்...

தமிழ்கவி

பெண்ணின் பார்வையிலே

பெண்ணே! கண்கள் வழியாக உன் உணர்வுகளை
நேசிக்கிறேன்..

நீ பேசும்போது உன் கண்களைக் கொண்டு

எது உண்மை பொய் என்று அறிகிறேன்...

வாழ்வின் அனைத்தும் நீயானதால் எங்கு சென்றாலும் உன்
கண்கள் வந்து போகுதடி...

பாரதி கண்ட புதுமைக் கண்ணாய்! அன்னை தெரசாவின்
கருணைக் கண்ணாய்!

தவறைத் தட்டி கேட்கும் புரட்சிக் கண்ணாய்!

பாசத்தில் திளைக்கும் நேசக் கண்ணாய்! கடவுள் பக்தியில்
தெய்வக் கண்ணாய்!

கல்விக் கண்ணாய்! காதல் கண்ணாய்!

வீரக் கண்ணாய்! ஆகா! எத்தனை எத்தனை பார்வைகள்

சுண்டி இழுக்குதே உள்ளம் வாழத் துடிக்குதே! உன்னோடு
நீண்டகாலம்....

முனை. தமிழ்புவனா

மறல் கொள்ளும் மௌன மொழி

அங்கம் சிலிர்க்குதடி பெண்ணே...!

உன் அம்பகப் பரிவர்த்தனையில்..!

மெய் மறந்தேனடி அலரே..! உன் மை பூசிய விழிகளினாலே..!

என்னை கட்டியிழுக்கிறாயடி கவிதை பேசும்

உந்தன் அகல் நேத்திரங்களினாலே..!

மௌன மொழியின் அழகைக் கண்டேன்

மதி மயங்கி மறல் கொண்டேன் மயக்கும்

உன் காந்த விழிகளால்..!

நாணம் அதைக் கண்டேன் உன் நயனமதில்...!

பரதமதை கண்டேன் நின் விலோசனங்களில்...!

அவை விண்மீன் போல மின்னுகிறதடி..!

அனுதினமும் என்னை கொல்கிறாயடி

அக்கம் கொண்ட உந்தன் கயல்விழி பார்வையாலே..!

(தமிழினியா) ரா. திவ்யதர்ஷினி

விழிகள் பேசும் மௌனமொழி

மழலையின் விழியில் மகிழ்ச்சி

மாணவனின் விழியில் ஆர்வம்

மங்கையரின் விழியில் காதல்

மனைவியின் விழியில் கனிவு

தாயின் விழியில் அன்பு தந்தையின் விழியில் கண்டிப்பு

தமையனின் விழியில் எச்சரிக்கை

தமக்கையின் விழியில் அக்கறை

நண்பனின் விழியில் நம்பிக்கை

நரனின் விழியில் அச்சம் நாத்தியின் விழியில் பொறாமை

நாரதர் விழியில் கலகம் இத்தனையும் பேசாமல் பேசும் விழிகள்

மொழிகளால் பேசும் வார்த்தைகளை விட

விழிகளால் பேசும் வார்த்தைகளுக்கு வலிமை அதிகம்.

கவிச்சுடர் திலகவதி.கோவை.

கண்கள்:-

அங்காடியில்

ஓர் அறிவாள்!

வெள்ளி திரையில்

மிதக்கும் கருப்புக்கள்!

முகம் பார்க்கும்

கண்ணாடியில்

முழுநிலவு பார்வை!

நிரந்தர கருவளையத்தில்

விண்மீன்கள்

பல வண்ணங்களில்!

கூட வரும் சொந்தங்களை விட

எதிர் பாராத சொந்தங்களுக்காக

அலைபாயும் நீர் வெள்ளம்...

ச.வே.தேனீ தினா

கவிபாடும் விழிகள்

சின்னச்சிரிப்பழகி! சிங்காரப் பேரழகி!

கடைக்கண் பார்வையாலே என்னை

கட்டித் தான் போட்டாளே! மான்விழி யழகி மருளும்

விழியாலே மாயப் பார்வை பார்த்தாளே!

மயங்கித்தான் போனேனே மறுமூச்சு இல்லாமல்

மையிட்ட கண்ணழகி மயக்கித்தான் போறாளே!

தீயிட்ட தேகமென தீஞ்சேதான் போனேனே!

சொக்கும் விழியாலே சொல்லித்தான் போறாளே!

என்னை சொாக்கட்டான் காயென்று

கருப்புக் கட்டழகி கார(ரை)ப் பல்லழகி

காந்தவிழிப் பார்வையாலே என்னை

கவிழ்த்துத்தான் போட்டாளே சுட்டும் சுடர்விழியாள்

சுவைத்திடும் செந்தேன் மொழியாள்

சிரிப்பு விழியாலே சீராய் நீ நோக்க

என் சிந்தை கலங்குதடி

கயல்விழி பார்வையோடு காலமெல்லாம்

கலந்திருப்போம் நாம் *காதலோடு*

த.தேன்மொழி

ஈரவிழி

செவ்விழிகள் நீர்வழிய

சிற்றிடையாள் அவளோ

கண்கலங் கியணைக்குள்ளே

கட்டுண்டே கிடக்கிறாள்

அன்று

பூவிரி சோலைகள்

பூம்பொழில் நீர்சுனைகள்

மருங்குவண்டு மயிலாலப்புரிந்து

குயில்களிசைபாடக் காமர்மாலை

அருகசைய நடந்த காவேரி

இன்று

கன்னடர்களின் கண்ணியணை(அணை)க்குள்ளே

கண்ணீர் வடிக்கிறாள்

கொண்டவனைக் காணாமல்

கொள்ளிடம் சேராமல்

54

கல்லணைக் காதலனைக் கட்டியணைக்காமல்

அந்தந்தோ இப்படியோர்

அநியாயம் நடப்பதுவோ

நெஞ்சிலெழும் இச்சைதனை

நீலவிழிப் பார்வையை

நெளிபுருவ வில்வளைத்து

நினைவழிய எய்திடு

பூவிழிகள் மின்னியொரு

புயலெனவே பொங்கி

புதுப்புனலாய் பாய்ந்திடு

சின்னவளே நீ

சீறும்விழி கொண்டு

சினமெழுந்து செந்தணலாய்

சீற்றமொடு சீறிப்பாய்ந்தே வா

ஆர்பரித்து.................

ஆடிப்பெருக்கெடுத்தே

ஆடி வா......

முளைப்பாரியுடன் காத்திருப்போம் ஈரவிழியோடு...........

த. தேன்மொழி

மரணிக்காத கண்கள்

எந்தவொரு ஓவியனும்

தீட்டாத தூரிகை

அவளின் இமைகள்

எந்தவொரு சிற்பியும்

செதுக்கிடாத கலைவண்ணம் அவளது கண்கள்

அவளின் விழிமொழிகளைப் புரிந்து கொள்ளவே

ஆயிரம் அகராதிகளைப் புரட்ட வேண்டும்.

அவளுக்கு தெரியாமலே

அவள் கண்களை

ஆயிரம் முறை கொள்ளையடித்தவன் நான்

இருப்பினும் அவள் கொடை

வள்ளலாகவே உள்ளாள்

தோழமையுடன் அசுரன்

கண்ணின் வருணனை

மலைகளை பிளந்து கொண்டு வரும் விடியல் கதிரவனை

விழிகளால் வரவேற்கிறாய். மீண்டும் வருவேன் என சொல்லி

மறையும், சிவப்பு சூரியனை வழி அனுப்பி வைக்கிறாய்.

அன்பில் முகத்திற்கு புன்னகை பூக்கிறாய்,

அச்சத்தில் திரைகளை மூடிக்கொள்கிறாய்.

தென்றலை பார்க்க முடியவில்லை என்றாலும்,

இமைகளை மூடி அலைவரிசையை உணர்கிறாய்

பூக்களோடு புளர்ந்து கண்ஜாடை செய்கிறாய்.

வானவில்லை உரசிய வண்ணத்துப்பூச்சி போல்

விழிகளால் வண்ண ஓவியங்களை காண்கிறாய்.

எத்தனை ஆயிரம் காட்சிகளை காண்கிறாய்.

ஆனால் உன் அசைவுகளை என்னால் பார்க்க

முடியவில்லையே கலை ஓவியமே! நித்தம் சொல்லி

பாடுவேன் நீ இல்லாமல் இந்த உலகம் இயங்காது என்று ....

ந.நந்தகுமார்

என் விழிகளும் கவி

சொல்லுதே உன் விழி கண்டு

புவி ஈர்ப்பு விசையை காட்டிலும்

உன் விழி ஈர்ப்பு விசை அதிகமாக இருக்கின்றதே

உன் விழி கண்டதும் சட்டென்று

ஈர்த்து விடுகிறாய் என்னை விழியால்

நிலவும் மை வைத்த உன் இரு விழி கண்டு தான்

புவியை சுற்றி வருகின்றதோ

என் இமைகளும் மூட மறுக்கிறதே

ஈட்டி போன்ற உன் விழிகள் கண்டு

விழிகள் பேசும் என்பதோ உன் விழிகளால் என்னுடன் பேசும்

பொழுது தான் நான் அறிந்தேன்

உன் விழி பேசும் மொழி புரியாமல்

உன்னிடமே அந்த மொழி கற்க மாணவனாய் சேர்ந்தேன்

இன்று என் விழிகளும் கவி சொல்லுதே உன் விழியால்....

கோ.நாகேஷ்வரராவ்

கண்களின் வர்ணணை...

கண்டார் உயிர் உண்ணும் கண்கள்

மதுவை உண்டால் தான் மயக்கம் வரும்

ஆனால் காதலனுக்கு காதலியின் கண்களைக்

கண்டாலே மயக்கம் வரும் பெண்களின்

கண்களில் இரண்டு விதமான பார்வைகள்

ஒன்று காதல் நோயை உண்டாக்கும் மற்றொன்று அந்த

நோய்க்கு மருந்தாக அமையும். ஓராயிரம் பார்வையிலே உன்

விழிகளை கண்டே மயங்கினேனடி உன் ஒரே பார்வையால்

காந்தத்தின் ஈர்ப்பை விட உன் விழிகளின் ஈர்ப்பே என்னை

ஈர்த்தது. உன் ஒரே பார்வையில் நான் வீழ்ந்தேன்

உன் கண்இமைக்கு நான் அடிமை வழி பார்த்து நடக்காமல்

உன் விழிபார்த்து வழுக்கி வீழ்ந்தேனடி காதல் எனும்

பள்ளத்தில்...கைத்தூக்கி விடுவாயா... கரைசேர?? காதலிக்கும்

காலம் வரை அல்லான் வாழ்நாள் முழுவதும் உனக்கே .... உன்

காதலன் ஆக.......!

இவன் உன் பாலாகோவிந்

அவள் கண்களில் என் காதல்

அவள் கண்களை வர்ணித்து கவிதை

எப்படி முடியும் என்னால்..? என்னை சிறையெடுத்த இரண்டு

சிப்பாய்க்கள் அல்லவா அவை ..!

அவள் கண்களை காண ஆசை கொண்டேன்.....

அவளோ என்னை கள்வன் ஆக்கினாள்......!

அவள் முகம் பார்க்க ஆசைதான்..... ஒரு கவிதை நூலகம்

அல்லவா.....! கண்களிலே ஆயிரம் கவிதைகள்

காண்கிறேன்...... வாசகன் ஆக ஆசை அவள் கண்களில்

கவிதை படித்திட....!! விழியா அது என வியப்புற்று பார்த்துக்

கொண்டிருந்தேன் அவள் விழிகள் பேசிய மொழியை..!

அவள் ஓரவிழி பார்வையே என்னை

ஒரு யுகம் வாழ வைக்கும்....! அவளை பற்றிய என் கவிதைக்கு

முடிவேது......?கண்களில் கவி பேசுவாள்.... புன்னகையில்

சிறையெடுப்பாள்..! அவள் அகராதியில் மொழிகள் இல்லை.....

அவளின் விழிகள் பேசும் மொழிக்கோ.... அகராதி

இங்கில்லை....!!
கவிஞர். பா. பால சரவணன்

களவாடிய கண்களோடு

நான் திருடனாகவே இருந்து விடுகிறேன்!

உனது பார்வைகளை மீண்டும் மீண்டும்

நீ பறிகொடுக்க சம்மதம் என்றால்.!!!!

உன் மைவிழி என்முகம் பார்க்கும்

ஒவ்வொரு பார்வையும்

ஒரு கவிதை தான் பெண்ணே.

உன் பார்வையால் என்னை

கொன்று விட்டாய்

கண்ணுக்கு மை அழகா?

மைக்கு கண் அழகா?

பார்வையால் கொன்றது நீ!!

ஆயுள் கைதியாய் ஆனது நான்!!

இது என்ன கொடுமை.

@Kllvnnninnnkaatl

ச.பிரகாஷ்

வஞ்சத் திருட்டி

(இதில் பயன்படுத்திய சொற்களின் பொருள்

திருட்டி – விழி, அரி - சிங்கம்)

வஞ்சத் திருட்டி

வலிமை திரட்டி

விரலை வருடி இதயம் திருடி

பார்த்திடும் விழியே

தாக்கிடும் அரியே

சூரிய கதிரே நின்றேன் எதிரே

துணிவோ வருமுன்

மணமோ தரும் உன்

கண்ணே புதினா

மின்னும் ஜிகினா

துள்ளும் மீனா? விண்மீன் நீனா?

நீயோ, கேட்டினா! இருப்பேன் புரோட்டீனா?

பிரதீப் தமிழரசன்

விழியின் கவிதை

உள்ளத்தைக்காட்டும் ஆடி நான் பிறந்தது

முதல் இறக்கும்வரை உற்ற துணை

மனதோடு ஒன்றி மலர்வேன் மனிதன்

தீயவனாவதும் நல்லவனாவதும் என்னால் ஐம்புலனில்

அரசன் நானே வண்ணங்களைக்கலந்து வாழ்வை

ஒளிர்விப்பேன் என்னில் குருதி மிகையானாலும்

குறைந்தாலும் நோயே என் வேகம்

ஒளியின் வேகத்தை விட மிகை

அளவிடற்கறியது என் ஆசை அடங்காததே

இருட்டில் கூட என்னால் காண இயலும்

என் கவிதை இளமையை கூடாடிடும் என்னை

நன்கு பராமரித்தால் பகலில் கூட

விண்மீன்காண்பேன்

டாக்டர் டி மகாலட்சுமி

அவன் கண்கள்

"என்னவென்று சொல்ல...

அவன் கண்களை பார்த்துவிட்டு

நான் தவிக்கும் தவிப்பை...

கண் மூடினால் அவன் பார்வை

மட்டுமே ஓடுகிறது எனக்குள்..."

- ம.மஞ்சுளா

தொலைத்தேன் இதயத்தை

மை தீட்டிய மீன்களாய் மின்னுகிறது

உன் கண்கள்...

கருமை நிற வானவில்லாய் வளைந்து

நிற்கிறது புருவங்கள்....

வசந்தகால தென்றலாய் இசைக்கின்ற இமைகள்....

கண் மூடித் திறக்கையில் உலகம்

உன் கையில்...

கருவிழி ஓரத்திலே கண்சிமிட்டும் பட்டாம்பூச்சி...

கயல் விழி பார்வையிலே காணாமல் போன

என் இதயம்...

ரா.மகாகிருஷ்ணன்

கருவாச்சி கண்கள்

உன் ஓரப்பார்வை ஒய்யாரமாய்

பேசுதடி பைங்கிளியே...

உன் காந்தப் பார்வை கட்டி

இழுக்குதடி கருங்குயிலே....

உன் இடைப் பார்வையில் இடம் மாறி

போனதடி என் இதயம்...

உன் கடைப் பார்வையில் காதல்

கொண்டது அடி என் மனம்...

உன் கூர் பார்வையில் குறுகிப் போனதடி

என் வீரம்...

உன் கருணை பார்வையில் கஷ்டங்கள்

தீர்ந்ததடி என் வாழ்க்கையில்....

கயல் விழி பார்வையிலே என்

இதயத்தைக் களவாடிய கண்மணியே...

காத்திருக்கிறேன் கள்வன் கருவாச்சி உனக்காக!!!!

ரா. மகாகிருஷ்ணன்

அவள் பார்வை

எதிரிகளை சூரியனாய் சுட்டெரிக்கும்

சிவந்தக்கண்கள்...

கண்டங்கள் பல தாண்டி

சீறிப்பாயும் கருப்புக்கண்கள்....

இருளின் வெளிச்சமாய் விடியலின் விருட்சமாய்

ஒளிவீசும் வைரக்கண்கள்....

கஷ்டங்களில் காப்பாற்றிய இரக்கமுடைய

கருணை கண்கள்...

பண்பின் இலக்கணமாய் அன்பின் அடையாளமாய்

அவளின் பாசக்கண்கள்...

இறைவனே அவளின் பார்வை ஒன்றே போதும்

என் வாழ்க்கையில் ஒளி வீச!!!

ரா. மகாகிருஷ்ணன்

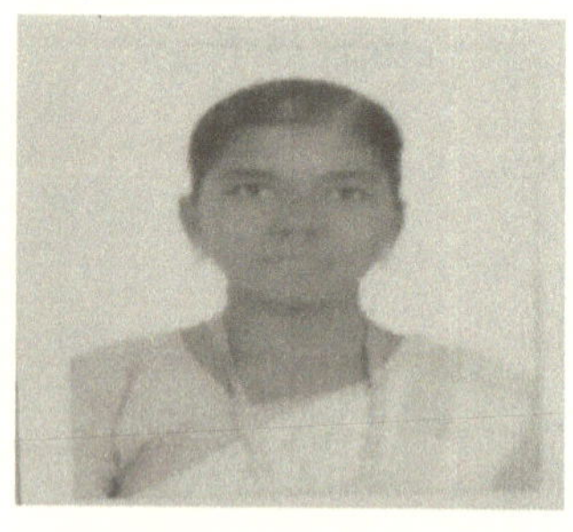

மௌனம்

சொல்லாக் கவியாய்

கரைகிறேன்

இன்று....

சு.மாசிலாமணி

மௌனம்

எண்ணங்களை

எடுத்துச்சொல்ல

எண்ணி

எண்ணி

எழுதினேன்

எழுத்துக்களாய்

ஏடுகளில்....

ஏளனம் செய்ததோ

ஏடுகள்

உரசிக்கொண்டே.....

சு. மாசிலாமணி

மௌனம்

உன்

உருக்கொண்ட

நான்

தோன்றும் முன்பே

ஏனோ

மறைந்தாய்

அப்பா.....!

நான் செய்த பிழையோ......?

சு.மாசிலாமணி

மௌனம்

என்

சிந்தையில்

கொட்டிக்கிடக்கும்

கற்பனைகள்

விழிக்காட்சிகளாய்.....

விரல்கள்

செய்யும்

கோலங்களாக.....

சத்தம் இல்லாக்

கவிதையாக........

கொஞ்சம்

விற்பனையாகட்டும்!!!

சு.மாசிலாமணி

மௌனம்

72

கல்வி என்னும் சோலையில்

கருத்துப் பொதிந்த பாதையில்

தேடல் காண தென்றலாக

தெளிவு பெற குளிர்ச்சியாக

புதிய எண்ணம் செழிப்பாக

வளரும் நாளும் பசுமையாக

அறிவு நிறைய வசந்தமாக

வாழ்வில் என்றும் வளமாக

வானம் எங்கும் விடியலாக

காலம் தோன்றும் விரைவாக......!

மனம் எங்கும் மகிழ்வாக

நம்பிக்கை வரும் மௌனமாக......

சு.மாசிலாமணி

கயல்விழி பார்வை

அற்பமாய் இருந்த என் வாழ்வில் சிற்பமாய் வந்தாள் ஒருத்தி

அவள் சிற்பமா இல்லை கற்பகமரமா! கண்டேன் அவளை!!

கொண்டேன் கருமேகம் கண்ட மஞ்சை கொள்ளும் வாஞ்சை!

மஞ்சை கொண்ட வாஞ்சை போல்

என் நெஞ்சம்கொண்ட வாஞ்சை

அவளை நினைக்கும் போது எண்ணம் கொள்ளும் வேட்கை!

உருவமாய் என்னிடம் வந்தவள்

எனக்கு உண்மையாய் ஆகினாள்

மதுவை உண்ட மதுகரம்போல் பேதையை தேடி செல்கிறது

என் போதை மனம்..... சோழனின் கைவண்ணம் பொய்யோ

பிரம்மன் படைத்த இந்தபாவைதான் மெய்யோ!

மின்னும் கயல் விழியை மூடி மறைக்கும் இமைகள்

விழியைத் தேடி அலையும் எண்ண அலைகள்~

தென்றல் இசைக்கும் இசைத்தோற்கும் அவள்பேச்சில்

நான் வாழ்வை அறிந்தேனோ அவள் மூச்சுக் காற்றில்!!

அவள்தான் பெண்ணழகோ..

வட்டமுக வடிவழகோ -அவளின் சிங்கார நடையழகோ

அவள்தான் ரதியோஇல்லை முழுமதியோ கண்டதும்

வீழ்ந்தேனே...

வீழ்ந்ததும் தன்னிலை மறந்தேனே!

என்னிலை உணர்த்த வந்தாளே!!

என்நெஞ்சில் ஓர்நிலையிடம் கொண்டாளே...

"*அவள் கயல்விழி பார்வையிலே

என்கடை நாள்மறந்து நின்றேனே....."*

மொய்குழலி,

அவன் விழி பார்த்து!.....

அவன் காந்த கருவிழிகள் என்னை

கண்ட கனமே காற்றில் கரைந்து போனேன்;

கல்லாய் உடைந்து போனேன்;

கவண் வீசி கலைந்த தேன் கூடாய்,

அவன் கண் வீசி கலவரம் செய்தான்;

அவன் கண்கண்ட அக்கணம் முதல்முறை

பேச்சின்றி பெரும் மூச்சொன்று கொண்டேன்;

இதுவரை நான் கண்டதில்லை இந்த

விழி ஈர்ப்பை; புலி கண்ட மானாய்

அவன் விழி பதுங்கும் என் விழிகள்;

உளி பட்டு சிதறும் கல்லாய்,

அவன் பார்வை ஒளி சிதறிய என் இதயம்;

உளியால் கல் கலையானது;

அவன் விழியால் என்னுள் காதலானது!.....

மூ. மோனிஷா

பார்(உலகம்) அதைப் பார்

உலகின் மீது கவிஞனின் பார்வை காவியமானது

சிற்பியின் பார்வை கடவுளானது

ஓவியரின் பார்வை தூரிகை பேசியது

கலைஞனின் பார்வை கள்வெறி தந்தது

அண்ணலும் அவளும் நோக்கிக் காதலாகி

காதல் கரைமீற காமம் பிறந்தது

கடிவாளமிட திருமணம் வந்தது

அன்னையின் பார்வை அன்பைச் சுரந்தது

தந்தையின் பார்வை தலைமையைத் தந்தது

பிள்ளையின் பார்வையோ

கொள்ளை இன்பம்

காணும் யாவும் புன்னகை தந்தது

மொத்தத்தில் வேண்டுவது

மழலை நோக்கு...

முனைவர் சா யமுனாதேவி

காரிகையின் கண்களுக்கு ஓர் கவிதை.

கண்மணியே!!!

உன் பார்வை போதும்

என் உயிர் போக!!!

வேறென்ன வேண்டும் நான் சாக!!!

சகியே!!! நீயோ பேசிவிடுகிறாய்!!!

நான் தொலைந்து விடுகிறேன் !!!

விழிகளின் வழியே!!! கண்ணம்மா!!!

உந்தன் கருவிழியை கண்டால் கருவறையில்

இருக்கும் கடவுளுக்கும் ஆசை பிறக்கும்

நான் மட்டும் "புத்தன்"னா

என்ன!!! இளையவளே!!!

உலகப் போரில் கூட ஜெயித்தவர் உண்டு

நின் பார்வை யுத்தத்தில்

பிழைத்தவர் உண்டோ!!!

-யாமினி

என் கண்ணீர் துளிகள்

உன் அருகே நான் என் அருகே நீயும்....

கண்ணுக்குள் ஆயிரம் வரிகள் ....

அது கண்ணீராய் வழியும் என் இதழ் ஓரமாய்....

நான் உன்னிடம் பேச நினைத்த

ஒவ்வொரு வார்த்தைகளும் என் கால்விரல் அருகே சிதறி துடி

துடித்துக் கிடக்கும்....

அப்போதாவது நீ என்னைக் கண்டிட மாட்டாயா என....

நம் காதலும் அதில் தான்... காமமும் அதில் தான்...

நம் இருவர் ரகசியமும் அதில் தான்...

ஆனால் சண்டையில் மட்டும் ஏனோ... வெறுக்கிறாய்..

சொல்லாமல் சொல்லும் கண் விழிகள்...

இப்படிக்கு,

உன் கண்ணுக்கு விருந்தான

என் கண்ணீர்......

ப. ரமேஷ்

பார்வை

இருப்பவனுக்கு பெருமை... இல்லாதவருக்கு தெரியும் அதன்

அருமை... மகிழ்ச்சியில் திளைக்கும் போதும்...

மயக்கத்தில் கிடக்கும் போதும்...

கவலையை உணரும் போதும்... கருணையை காட்டும்

போதும்... அன்பை பகிரும் போதும்... ஆணவம் அடங்கும்

போதும்... அழகை இரசிக்கும் போதும்...

வலி அது புரியும் விழி வழித் தெரியும்... உரைப்பது அனைத்தும்

"நா' தான்... ஆனால் அது உண்மையா , பொய்மையா என்று

உணர்த்துவது விழி தான்... வலது கண் நீரோ...

இடது கண் நீரோ அது கானல் நீரா, உணர்ச்சி நீரா...

என காட்டுவது விழி தான்... விழி மையின் கருமை வலிமை

தான்... கருமையோடு , கருணை சேர்ந்து

எளிமையாக கவருவோம்... அதுவே என்றும் அருமை...

ச.ரம்யா பாரதி

கண்ஜாடை

காரிருள் வரைந்த நயனத்தின்

கரும் புருவத்தில் நாணேற்றி

கணப்பொழுதில் என்னுள்

தொடுத்தாள் விழிப்பார்வையை...

அவளது கூரிய கண்கள்

கூராய் துளைத்ததோ

என் இதயத்தை...

இயற்கையின் வர்ணஜாலம்

இரு நேத்திரங்கள் கொண்டதே

என்ன மாயம்!

- சு. ரமணி

அவளின் சிறை

அந்த சிறையில்

கைதிகள் அதிகம்...

கதவுகள் திறக்கும் போதெல்லாம்...

குற்றவாளிகள் குவிகின்றனர்...

இமை கம்பிகள்

மெல்லத் திறக்க...

கைதிகள் கவிஞர்களாக...

காகிதத்தை

கடிதங்களாக்கினர்...

சிறையில் வாழ

கவிதை விண்ணப்பமாக... விழி சிறை

ரா.ராஜாராமன்

"விழிகளின் மயக்கம்"

அவள் விழியிலே தொலைத்தேன்

ஆனால் காரணமோ பல இருந்தும் என்னுள் ஒரே கேள்விதான்

எப்படி அது சாத்தியம் அவ்விரு சிறு சிறு கண்களுக்குள்

அப்படி என்ன வசியம் இருந்திருக்கும்.

ஒரு பார்வையில் ஓராயிரம்

அர்த்தங்களை உணர வைக்கிறாயே!

மையிடும் அவள் கண்ணில்

இவ்வளவு அர்த்தங்கள் ஏனோ!

இருந்தும் அவள் பக்கத்தில் சென்று

கண்களை பார்க்க ஒரு தயக்கம்

எங்கு அதில் உண்மையிலேயே

மயங்கி விடுவேனோ என்று!!

-வாசுகி ராமமூர்த்தி

கண்கள்!

கண்கள் மூடி கனா காண்கிறேன்,

தாய் அவள் முதல் தீண்டலை

கனா காண்கிறேன், தந்தை அவன் முகத்தை வர்ணித்து

கனா காண்கிறேன், பாட்டியின் கதைகளுக்கு உருவம்

கொடுத்து கனா காண்கிறேன்,

தாத்தாவின் குதிரை சவாரியில் நானே

ராஜாவென கனா காண்கிறேன்,

கவலைகளைத் துடைத்த நண்பனின் தோளை

கனா காண்கிறேன், காதலை தந்த காதலியை நினைத்து

கனா காண்கிறேன், ஊனம் இல்லா குழந்தைகள் பிறக்க

கனா காண்கிறேன், என் கவிதைக்கு உயிர் கொடுத்து

கனா காண்கிறேன், பார்வையற்ற கண்கள் கொண்ட இந்த

குருடன், கண் திறந்தும் கருமை நிற கனா காண்கிறேன்!

- ஜீவா ஜெயசந்திரன்.

ஒளியாய் ஒருபுறம்...

மேகமும் வானமும் அழகென அறியேன்!

இதம் தரும் இயற்கையின்

அபிநயமும் அறியேன்!!

உடல் தந்த என்னவள்

முகமும் அறியேன்!!!

மணம் தரும் மலரிதழ் சுகம்

என அறியேன்!!!!

வானமுது நல்கும் மழையும் அறியேன்!!!!

நித்தம் நித்தம் நல்வகை தரும்

இந்த புவி கூட அறியேன்!!!!!

உன்னை நான் அறியாமல் இருந்திருந்தால்

இவை அனைத்தும் நான் அடையேன்...!!!

ஒளியாய் ஒருபுறம் விழியாய் எமை காப்பவள்..!

கு.ஸ்ரீமதி

ஊமை விழிகள்

பெண்களின் சிறு சிறு அசைவிலும் குழந்தைகளின்

உடையிலும் காமம் கண்டு களிப்பாபோர்களும் உண்டு

முதியோர் உதவி கேட்டுப்போன

பெரியவரிடம் லஞ்சம் கேட்கும் நான்கு கண்கள்

கொண்ட அதிகாரிகளுமுண்டு பசிக்கு கைநீட்டும் பிஞ்சுகள்

பார்த்து விலகி போகும் பார்வை இருக்கும்

குருடர்களும் உண்டு மழைவந்து பயிரழிஞ்சு போச்சுனு

உயிர்கசிய நிர்க்கும் விவசாயி முகத்தை பார்க்கும்

அலட்சிய கண்களும் உண்டு மதமென்றும்

பேதமென்றும் உன் பெயராலே நடக்கும் கொடுமைகளை

மேலிருக்கிறவன் பார்ப்பானென்று நம்பும் பக்தி

கண்களுமுண்டு இத்தனை வர்ணணைகளையும்

கண்ணிருந்தாள் களிநடனம் ஆடியிருப்பார்களோ

இல்லாத கடவுள்கள்

ARAVINTHAN.S

கனவுகள் சுமக்கும் கண்கள்

நிலவிலே மையிட்ட ஓவியமாம்

பூவிலே மெழிய.... பேரழகு பெட்டகமாம்

கண்கள் பேசும் காவியம் இது !!

இமை தாண்டா பட்டாம்பூச்சி

நீலமாம் வானிலே பார்தேடி ஓடுது ....

புல்லிலே போர்த்திய பனித்துளியாய்

உள்ளத்தில் உள்ளதை எண்ணத்தில் நிரப்பிவிட்டு........

விழியோரம் கண்ணிர்த் துளியால்

களைந்து செல்லும் மேகமாய்

போகும் பாதையெங்கும்

வர்ணமாம் வானிலே......

ஏதேதோ கற்பனைகள் வந்துப் போகுது

இமைக்கும் நொடிக்குள்........ கனவுகள் பல காலமெல்லாம்

சுமந்து செல்லும் கண்களே!!

- K.BLESSY

பெண்ணின் விழியழகு

சிப்பிக்குள் இருக்கும்

முத்தொன்று வானம்பார்க்குது..........

சிறகுகள் விரித்தே

செவ்வானில் பறக்க நினைக்குது !

களைந்து செல்லும் மேகங்கள்

புருவங்கள் மேல் எழும்பிநிற்குது

கண்கள் சிலையென நிற்கவே.............

மறைத்திடு என இதயத்திடம்

இமைகள் மௌனத்தில் பேசுது !

இருட்டை அழகாக்கி

இமைக்குள் வைத்துக்கொண்டு

இசைக்கு இணைந்து ஆடுது..........

பார்வையிலே மயங்கிப் போகி

வீழ்கின்றேன் உன் முகமதியில் ....

வர்ணிக்க வார்த்தை இல்லை

என் வர்ணகோல பூவழகே !

-K.BLESSY

காதலின் கரு விழியே

உடலும் ஊனம்..... உயிரும் ஊனம்.......

உன்னால் காயமுற்ற எனக்கு காக்கை வந்து

கடலை காட்டியது.....

கருநிற கடலை கண்டேன் கனவில்.....

மேலோக மாக்கான்

என்னைக் கண்டு அழுதானாம்

அதுவே இக்கடல் என்றது கருமை

அக்கருமை உன் விழிப்பூசிய மை

காந்தம் என்றறிந்தேன்

அதற்குள் விழுந்த என் மனம்

ஊனமே.... காந்தம் ஊனத்தை ஈர்க்குமா....

சரி பார்க்குமா.... கருமையே....

கவிஞர் சு.ஸ்ரீ பாலாஜி

(கவிதை பித்தன்)

விழிகள்

விழிகளிலே காதல் பரிசளித்து...

மனதிற்கு நினைவை பரிசளித்து...

விழிகளிலேயே பேசிக்கொண்டு...

காலம் முழுவதும் கடந்து

செல்ல ஆசை.....

விழிகளிலேயே காதல் கரைந்து விடுமோ??

அல்ல விழியோடு தான்

விழி உரசிடுமோ???

முடிவினை எப்போது காண்பிப்பாய்??

காலமே....

என் விழிகளில் எப்போது காண்பிப்பாய்....

அவளைக் காணும் நாள் எப்போது??

என்னை அவள் விழிகளில் காணும்

நாள் எப்போது??

-சார்லஸ்

மலை!!!

வானத்துக்கும் கீழாக

வளைந்து நெளிந்து நிக்குறியே- நீ

வான மாமலையோ? இல்லை

வண்டு மொய்க்கும் கனியோ?

பச்சைப்பட்டு போத்திக்கிட்டு

பக்குவமாய் நிக்குறியே - உன்

பக்கத்தில் இருப்பது பாறையா? இல்லை

பார்ப்பவரை மயக்கிடும் பாவையா?

பலவகைப் பறவையும் -உன்

பக்கத்தில் இருக்கும்- அது

பாட்டுப்பாடி பறக்கும்

பாடல் இசை கேட்டு நீயும்

90

பழமரக் கிளை ஆட்டு!

குட்டி குட்டி மேகம் எல்லாம்

கூடிக் கூடிச் சிரிக்கும்- அது

கொட்டும் மழையில் குளிர்ந்து நீயும்

பார்வைக்கு விருந்தளிப்பாய்!

சுட்டிச் சுட்டிப் பசங்க எல்லாம்

தூரம் நின்று பார்ப்பர் - நீ

சொக்கும் அழகில் துவண்டு அவர்கள்

தூங்கித் தூங்கி விழிப்பர்!!!

பொன். ஈஸ்வரி

ஒளடத நேத்திரம்

அ கன்ற கூரிய விழிக் காந்தத்தால்

ஆ னந்தக் கூத்தாடச் செய்கிறாய்

இ ரும்புத் துகள்களாய் சிதறிய என்னை

ஈ ர்த்து உன்னோடு ஒட்டிக் கொண்டாய்

உ ன் மருண்ட மான் விழிகளால்

ஊ சிகளாய் வலியின்றித் துளைக்கிறாய்

எ ந்நாளும் காதல் வாள் யுத்தத்தால்

ஏ காந்தமாய் தோற்கிறேன்

ஐ யமின்றி இமைகளுக்குள் பதுங்கி

ஒ ளி வீசும் ஒவ்வொரு கணமும்

ஓ ராயிரம் அர்த்தங்களைத் தெளித்து

ஒள டதமாய் அற்புத சுகம் தரும்

என்னவளின் வசீகரத் தாமரைகள்!!!

ராஜ் கணேஷ்*

உன் ஒற்றை பார்வையால்..

பெண்ணே...!

உன்னை நேருக்கு நேர் நின்று

பார்க்கும் தைரியம் என்னிடம் இல்லை...

அது பயம் என்று அர்த்தம் அல்ல...

உன் ஒற்றைப் பார்வையால் என்

வார்த்தைகள் குழந்தைகள் போல்

மள மள வென்றும்...

என் இதயம் பட பட வென்றும்...

என் கால்கள் தட தட வென்றும்...

அல்லாடுகிறது...

- அஸ்வின்

கண்ணீர்

பல உறவுகள் என்னை வெறுத்து

சென்றதற்காக கண்ணீர் சிந்தி இருக்கிறேன்..

இன்று ஒரு உறவு என்னை

ஆழமாக நேசிப்பதற்காக கண்ணீர் சிந்துகிறேன்...

கண்ணுக்கு எட்டாத தூரத்தில்

நீ இருந்தாலும்..

கண் இமைக்கும் நொடியில் உன்

அழகான நினைவுகள்...

- அ.கயல்விழி

இமைக்க மறந்த நொடிகள்

விழியால் நோக்கி கைகளின் கிறுக்கலினால்

தொடர்கிறது என் கவிதை..... போர் முடிந்து நாள் கடந்து

என்னவளைக் காண பயணம் மேற்கொள்ளும்

என் கால்கள் அறியாதோ? கோபத்தில் அவளின் விழிகள்

எண்ணற்ற புதிர் போடுமென!

என் சிறு புன்னகை போதும் அவள் சமாதானத்திற்கு

இருப்பினும் அவளைப் பார்த்த

முதல் நொடியே நான் சரணடைந்தேன்!

இமைக்க முடியாமல் ஒரு நொடி

தவித்தது என் விழிகள்.... தப்பிக்க வழி யாதோ.....???

இளம்கவி,

சி.கல்பனா சாவ்லா.

கண்ணீர்

எண்ணங்கள் வாய்மொழியால் தென்பாடது கண்ணின்

கண்ணீர் துளியால் வெளிப்படும் கண்ணின் எழுத படாத

வலி கண்ணீர் உப்பு நீரால் கரையும் கவலை கண்ணீர்

பெரிய ஏமாற்றத்தின் வலியும் தோற்றுப்

போகும் கண்ணீரால் யோசனை செய்யும் மாயக்

கண்ணாடி கண்ணீர் மனநோய் தீர்க்கும் திரவம் கண்ணீர்

உணர்வின் வெளிப்பாடு இன்பம் துன்பம் கண்ணீர்.

இரா. கலைவாணி கடலூர்

நவரசபார்வை

வெட்கம் கொண்டேன்

மேலிருந்து கீழாக விழி

ஆசையை தெரிவித்தேன்

கண் சுருக்கி விரித்தது

ஆனந்தம் அடைந்தேன் விழி

மேலும் கீழும் துல்லியது

பேரானந்தம் அடைந்தேன் கண்ணீர் காட்டி

கோபம் கொண்டேன் கண்

விரித்து சிவக்க

பயம் கொண்டேன் கண் இமை

மூடி நடுக்கம் பாசம் கொண்டேன் இமை

சுருங்கி விரிய திமிர் கொண்டேன் விழி நகராமல்

நவரசம் காட்டும் கண்

அனைத்தையும் பார்த்து உணரும் தானேதானே

பார்க்க இயலாது கண் கண்கள் பேசும் கவிதை கண்களால்

மட்டுமே உணர முடியும்

இரா. கலைவாணி கடலூர்

என் கயல்விழிக் காதலி!

என் உயிர் காதலியே

எனக்கு உயிர் தந்த காதலியே!

என்னை வசீகரிக்கும் ஆற்றல்;

உன் விழியன்றி வேறு எவ்விழிக்கும் இல்லை

சிரிப்பினை உம் வழியில் கொண்டதாலோ!

என்னவோ ! உன் முகம் மதிமுகமாய், மின்மினியாய்,

பிரகாசிக்கிறது என்னுள்.... கழுகுப் பார்வைக்குத் தப்பலாம் ;

தாயே உன் கயல்விழிப் பார்வைக்குத்

தப்பிக்க வழியில்லை, விருப்பமும் இல்லை

ஏழேழு ஜென்மம் கொண்டாலும்

நான் கொண்டாடும் விழிகள்

உம் கயல்விழிப் பார்வையே

உன் விழியே என் விழியாய் இருக்க வரம் ஒன்று தாராயோ???

சு. ரே. கவி குட்டி

" விழியில் விழுந்தவன் ! "

தேநீர் கடையில் தேநீர் பருகையில்

ஏதோ ஓர் ஒளி என்னைத் தாக்கியது

சற்றே நிமிர்ந்தேன் இரண்டே நொடி தான்

அவள் கண்களைப் பார்த்தேன்

அந்நொடியே சொர்க்கத்தை அடைந்தேன்

மின்னல் போன்ற பார்வை.....

அவள் விழிகளோ .... கவிதையின் முழு கோர்வை

அவள் விழிகளை வர்ணித்தே இந்த யுகம் முடிந்துவிடுமோ

அவள் விழிகளை செதுக்கிய பிரம்மனுக்கு

இவ்வுலகையே கொடுத்தால் தான் ஈடாய்த் தகுமோ!!!!

இப்படிக்கு

KAVIYA SRI MOORTHY

அழகிய பார்வை

ஜன்னல் ஓரம் வீசும் காற்றில் விலகும் உன் இதழ்கள் அதில்

எதையோ தேடும் உன் கண்கள் காரணமே இல்லாமல்

பதற வைக்குது என் நெஞ்சை குறை ஏதும் இல்லையடி

நீ குங்குமம் இடும் அழகில் குலறுபாடாய் மாறுதடி

உன் இமையின் முடிவில் ஓடும் நதியில் உடல் நனைகிறது

பாடும் கவியில் உள்ளம் மகிழ்கிறது

கரைந்திடும் நிலவை மேகம் மறைக்கிறது உன்

கண்ணில் தெரியும் என் காதலோ ஏனோ என்னையே

இழக்கிறது கண்கள் கூட காவியம் பேசுமடி

காதலிக்காமல் இருந்தால் கூட காகிதமாய் என் காதலை

வரையுமடி உன் கண்களில் காலமெல்லாம்

நான்வாழ....!

~MN

அவளின் கண்கள்

பௌர்னமி நிலவின் அழகையும்

மறைத்து விடுகிறது   உன் கண்கள்

பனிவிழும் காலத்திலும்

பணிய வைக்கிறது   உன் கண்கள்

பலமுறை பார்த்தாலும்

பதற வைக்கிறது   உன் கண்கள்

பாடலின் வரிகளையும்

உணர வைக்கிறது உன் கண்கள்

பெண்ணின் பெண்மையை

உணர வைக்கிறது உன்கண்கள்

கரைந்திடும் காலத்தை

கட்டி வைக்கிறது   உன் கண்கள்

பாழாய் கிடந்த வாழ்க்கையை பல

வண்ணமாய் மாற்றுகிறது

உன் கண்கள் ...!

~MN

விழியோரம் விளைந்தேனே

ஏழு வண்ண நிறங்களில்

மையம் கொண்டதால்

கருமையின் நிறம் ஊடுருவி

உன் விழிப்பார்வையில் எனதுயிரை

கொள்ளுதடி...

என் சிறுகுறும்புத்தனத்தால் உனை ரசிக்க

வைப்பதும் உன் விழியாலே...

உன் மடிசாய்ந்து என்றும் உன்

நிழலாய் உன் உயிர் பிரிந்தாலும்

உன் விழியோரம் கண்ணிமைக்கும்

போதெல்லாம் உனை சேருவேன்...

- Mohankumar B

💃 *கண் அழகு* 💃

கவிதைக்கு வரிகள் அழகு

முகத்திற்கு கண் அழகு

ஒன்றை ரசிப்பதற்கு கண் வேண்டும்

செல்வதற்கு கால் வேண்டும்

காண விழி வேண்டும்

காதலிக்க வேண்டும் கண்களை

கருவிழிகள் தான் அனைத்திலும் அழகு..

மனிதனுக்கு மட்டுமல்ல

*உலகிலுள்ள அனைத்து ஜீவராசிக்கும்**

உடலுக்கு உயிர் எவ்வளவு முக்கியமோ

அதுபோல பார்வைக்கு கண்தான் முக்கியம்

விழிகளுக்கும் உயிர் உண்டு

*ஏனெனில் அவைதான் அனைத்தையும்

ரசிக்க வைக்கிறது*

*பெண்ணின் அழகு அத்தனையும் நிறைந்துள்ளது

அவளின் இரு விழிகளில்*

ஈர் எழுத்து(கண்)

அந்த சொல்லிற்கு பின்

எவ்வளவு காதல் ரகசியம்

ரகசியத்தை கேட்பதற்கு இனிமையாக இருக்கும்

பார்த்து படிப்பதற்கு புத்துணர்ச்சியை தரும்

கவிஞர் மகாலட்சுமி ராக்கியப்பன் திருப்பூர்

இருளில் ஒளி தேடல்

இருளில் வாழும் உன்னத வாழ்க்கையே

என் வாழ்க்கை

நீ பார்த்து ரசித்த உலகை

நான் தொட்டு உணர்ந்து ரசித்தேன்

தொலைதூரம் செல்ல துணை

ஒன்றும் தேவையில்லை

பக்கத்தில் நான் நகர தோள்

ஒன்று வேண்டும்

பல வண்ணங்கள் நீ கண்டதுண்டு

நான் கண்ட வண்ணம்

கருமை மட்டுமே

எண்ணற்ற ஆசைகள் என்னிலும் உண்டு

எதுவும் நடக்காது என்று வாழ்க்கை

வெறுத்ததும் உண்டு

இந்த உலகில் என்னை

படைத்த இறைவா

என் வாழ்வில் ஒளி ஏற்ற

மறந்து விட்டாயே

_Nelson

காதலியின் கண்ணீர்.

வானவில் புருவம் கொண்ட

கருமேகம் கண்களில் துளி

மழை நீர் வந்தாலும் என் இதயம்

புயல் மையம் கொள்ளுமடி

_Nelson

விழியின் மொழி

என்னவளே!!! நான் நேசிக்கும் செந்தமிழ்

கவி மடலேற்ற உன் நயனம்

காணத் துணிந்து உன் பார்வையின்

அர்த்தம் அறியாது திகைத்து நிற்க

ஓர் உண்மை உணர்ந்தேனடி

என் நறுமுகையே!!! நின் கூர்வாள்

புருவமேற்றி அழியா அழகுடை இமை

திறந்து உயிர்பறிக்கும் உன் விழி

பேசும் மொழி ரசிக்க இயற்கையும்

தவம் செய்யுமடி....

- பிரவீன்

கண்கள்

அம்மு

எல்லா பெண்களும் கண்களை

அழகாய் காட்டத்தான்

"கண் மை" பூசுவார்கள்...

நீ மட்டும் தான் உன்

கண்களின் அழகை "மறைப்பதற்காக"

கண் மை

பூசுகிறாய்..!!

ஹைக்கூ

என்னுள் காதலை உருவாக்கிய

உன் கண்கள் தான்,

என் காதலின் அப்பா..!!

நீ என்னுடனே இருந்தால்,

என்ன தப்பா..??

வேதியியல் காதலி

அம்மு

நீ என்னை பார்க்கும்

நேரங்களில் மட்டும்,

நீர்த்து போன என்

ஹைட்ரோ குளோரிக்

இதயம்,

கந்தக அமிலமாய் பொங்கி

எழுகிறது காதலுடன்..

ஒரு மீட்டர் தூரம்

இடைவெளியில் வைரஸ் பரவலை

தடுக்கலாம்..!!

பல மீட்டர் தூரம் இடைவெளி இருந்தும்,

உன் கண்களின் பரவலையும்,

உன் மீதான என் காதலின் பரவலையும்,

தடுக்க முடியவில்லையடி அம்மு...!!

அம்மு ஆகச்சிறந்த

போதை என்பது..!!

உன் பார்வையில் தள்ளாடுவதே..!!

Priyamanavan mani

என் தேடல் நீ

என் உயிருக்குள் இன்னொரு உயிர்

பிறப்பித்து மகாசக்தியின் பிம்பமாய்...

அசைக்கும் அசைவில் தாலாட்டி

உன்னை அணுஅணுவாய் ரசித்து...

அசையாத சொத்து நீயென்று

இவ்வுலகில் பிறப்பித்து காட்டி...

கருவறையில் உறங்கும் தன் மழலையை

முகம் பார்க்க காத்திருக்க நானோ...

என் விழி உன்னை தீண்ட

உள்ளம் கூத்தாட காத்திருக்கிறேன்.

Rohinipavithran

இனியவள்

கார்மேகம் சூழ்ந்து இருக்கும் வேலையில்,

மெல்லிய காற்று கருங்கூந்தல் இடையில்,

என்னவளின் காதோரம் ஒரு சேதி சொல்ல,

வட்ட நிலா உந்தன் கருவிழியை கண்டு

கிறங்கி கிடக்குதடி,

உன்னை தாலாட்ட எந்தன் உதடுகள்

ரீங்காரமீட்டு தடி

(உன் மெல்லிய புன்னகையால் மெழுகாய்

காண்பது மீதம்).

Rohinipavithran

நேசம்

உன் விரல்கள் பிடித்திடும் நாள்,

உன் தோள்கள் சாய்ந்திடும் நாள்,

தாயின் அன்பை உன்னுள்

தேடிடும் நாள்,

உமக்கு தாயாக, தந்தையாக,

முதல் மழலையாக ஆகும் நாள்

அந்நாள் என்னவளின் பார்வையும்,

புன்னகையும் காண காத்திருக்கும்

நாள் மிக விரைவில்....

Rohinipavithran

மனம்

எங்கோ என் மனதில் உன்

மனம் வீச,

அதில் என்னுள் நீ

வந்து பாய,

இங்கோ என் மனம்

ஊசல் ஆட,

அங்கோ நீயோ என்

விழி தேட,

என் பார்வை நீ

இமைக்கும் நொடிக்குள்.

Rohinipavithran

கண் இமைக்குள்

கண் உறங்கும் நேரத்தில்

அவளின் மெல்லிய நிழல்

தேன் வந்து பாயும் ஓசை

அழகாய் வருகை தந்து

முழுமதியை தோற்கடித்த பெண்ணே

நீ தானோ என் கண் இமைக்குள்

Rohinipavithran

அவளின் பார்வை

வார்த்தைகள் கவிதைகள் ஆகின

அவளின் பார்வையில்

மேகத்தில் வானவில் தோன்றின

அவளின் பார்வையில்

கற்கள் கடவுளாக தோன்றின

அவளின் பார்வையில்

மொட்டுகள் மலர்ந்தன அவளின் பார்வையில்

உடம்பில் மின்சாரம் பாய்ந்தன

அவளின் பார்வையில்

வாழ்க்கையின் அர்த்தம் புரிந்தது

அவளின் பார்வையில்

காலையில் சூரியன் தெரிந்தது

அவளின் பார்வையில்

இரவில் நிலாவை கண்டேன்

அவளின் பார்வையில்

எனது இதயம் துடிப்பதை உணர்ந்தேன்

அவளின் பார்வையில்

எண் மொழியை கண்டேன்

அவளின் பார்வையில்

காதுகளில் இசையை உணர்தேன்

அவளின் பார்வையில்

பெண்மையின் அழகை உணர்தேன்

அவளின் பார்வையில்

கனவில் உள்ள உண்மையை உணர்தேன்

அவளின் பார்வையில்

என் வாழ்வில் உள்ள காதலை உணர்தேன்

அவளின் பார்வையில்

இப்படிக்கு அவளின் பார்வையில்

எனது கவிதைகள்.....

அ.சிவசங்கர் புதுக்கோட்டை

கண்களின் கானம்

கண்கள் காட்சியின் பிறப்பிடம்

மனித வாழ்வின் நிறைவிடம்

கண்கள் கனவின் பேரண்டம்

கலையின் ஓர் அங்கம்

கற்பனைக்கு நல்லொளி திரை

காதலுக்கு ஈறு இமைக்கருவறை

மாதவரின் மை சோலை

மாணவர்களின் ஞானச்சாலை

முகத்திற்கு இரட்டை முதல்வன்

மூளைக்கு மூலதனம் இவன்

இமைகளில் மறைந்திருக்கும்

கோள கதிரவன் - கண்கள்

இருளை போக்கும் ஒளிகள்

கண்களே காணா அழகுதான் காணும் கண்களே கடவுள்தான்...

- ராவணன்

இமைகள் திறக்கும்

இரு விழிகள் முன்னால்...

இமைகள் திறக்கும்

இரு விழிகள் முன்னால்...

இதயம் ஏனோ

உறைந்திடும் தன்னால்...

கண்கள் பேசும்

கந்தர்வ மொழியால்...

காதல் ஏனோ

நிகழ்ந்திடும் தன்னால்...

விழிகள் எறியும்

கூரிய முள்ளில்...

போதை ஏறும்

இதயம் வரையில்... கண்கள் முழிக்க

காத்து கிடப்பாய்... கனவில் நீயும் வீழ்ந்து கிடப்பாய்...

- வினோதன்